AF273603

Impressum
Verlag: BABADADA GmbH, Nedderfeld 112 , 22529 Hamburg
Geschäftsführer / Verlagsleitung: Harald Hof
Druck: Books on Demand GmbH, In de Tarpen 42, 22848 Norderstedt

Imprint
Publisher: BABADADA GmbH, Nedderfeld 112 , 22529 Hamburg, Germany
Managing Director / Publishing direction: Harald Hof
Print: Books on Demand GmbH, In de Tarpen 42, 22848 Norderstedt

école
shule

diviser
kugawanya

186/2

tableau noir
ubao

salle de classe
sajili

cour de récréation
eneo la shule

enseignant
mwalimu

papier
karatasi

écrire
kuandika

stylo
kalamu

bureau
dawati

règle
rula

livre
kitabu

élève
mwanafunzi

sac d'école

mkoba

trousse

kikasha cha penseli

crayon

penseli

taille-crayon

kichonga penseli

gomme

mpira

carnet à dessin

pedi ya kuchora

dessin

uchoraji

pinceau

brashi ya rangi

boîte de peinture

sanduku la rangi

ciseaux

mkasi

colle

gundi

cahier d'exercices

daftari

tâches

kazi ya nyumbani

chiffre

nambari

additionner

jumlisha

soustraire

ondoa

multiplier

zidisha

calculer

kokotoa

lettre

barua

alphabet

alfabeti

mot

neno

texte

maandishi

lire

kusoma

craie

chaki

leçon

somo

livre de classe

sajili

examen

uchunguzi

certificat

cheti

uniforme scolaire

sare za shule

formation

elimu

lexique

elezo

université

chuo kikuu

microscope

darubini

carte

ramani

corbeille à papier

kikapu cha kuweka karatasi
chafu

hôtel
hoteli

Grand

auberge
hosteli

bureau de change
ofisi ya ubadilishanaji

valise
sanduku

voiture
gari

langue

lugha

oui / non

ndiyo / la

d'accord

sawa

Salut

hujambo

interprète

mtafsiri

merci

Asante

Combien coûte...?

kiasi gani ni ...?

Je ne comprends pas

Sielewi

problème

tatizo

Bonsoir!

Jioni njema!

Bonjour!

Habari za asubuhi!

Bonne nuit!

Usiku mwema!

Au revoir

kwa heri

direction

mwelekeo

bagages

mizigo

sac

mfuko

sac-à-dos

shanta

hôte

mgeni

pièce

chumba

sac de couchage

begi la kulalia

tente

hema

office de tourisme

taarifa ya utalii

plage

ufuo

carte de crédit

kadi

petit-déjeuner

kifunguakinywa

déjeuner

chakula cha mchana

dîner

chakula cha jioni

billet

tiketi

ascenseur

kuinua

timbre

muhuri

frontière

mpaka

douane

mila

ambassade

ubalozi

visa

visa

passeport

pasipoti

avion
ndege

navire
meli

véhicule de pompiers
injini ya moto

bus
basi

camion
lori

bateau à moteur
motaboti

bicyclette
baiskeli

voiture
gari

ferry
feri

barque
mashua

moto
pikipiki

voiture de police
gari la polisi

voiture de course
gari la mashindano

voiture de location
gari la kukodisha

autopartage

kushiriki gari

dépanneuse

lori la kuvuta

benne à ordures

ukusanyaji taka

moteur

motor

essence

mafuta

station d'essence

kituo cha mafuta

panneau indicateur

ishara trafiki

trafic

trafiki

embouteillage

msongamano

parking

maegesho

gare

kituo cha treni

rails

reli

train

garimoshi

tram

tremu

wagon

gari la mizigo

hélicoptère
helikopta

aéroport
uwanja wa ndege

tour
mnara

passager
abiria

container
chombo

carton
katoni

chariot
mkokoteni

corbeille
kikapu

décoller / atterrir
ondoka

ville

jiji

village
kijiji

centre-ville
katikati ya jiji

maison
nyumba

cinéma
sinema

publicité
tangazo

réverbère
taa za mitaani

CINEMA

rue
barabara

taxi
teksi

kiosque
duka la vitafunio

piéton
mtembea kwa miguu

trottoir
njia ya waenda kwa miguu

passage piéton
kivuko

poubelle
pipa

carrefour
kuvuka

feux de circulation
taa za trafiki

cabane

kibanda

appartement

gorofa

gare

kituo cha treni

mairie

ukumbi wa mji

musée

Makavazi

école

shule

université

chuo kikuu

banque

benki

hôpital

hospitali

hôtel

hoteli

pharmacie

duka la dawa

bureau

ofisi

librairie

duka la kitabu

magasin

duka

fleuriste

duka la maua

supermarché

dukakuu

marché

soko

grand magasin

idara ya kuhifadhi

poissonnerie

mwuza samaki

centre commercial

kituo cha ununuzi

port

bandari

parc
Hifadhi

banque
benki

pont
daraja

escaliers
vidato

métro
chini ya ardhi

tunnel
handaki

arrêt de bus
kituo cha mabasi

bar
bar

restaurant
mgahawa

boîte à lettres
sanduku la posta

panneau indicateur
ishara ya barabara

parcomètre
mita ya maegesho

zoo
bustani ya wanyama

réverbère
kidimbwi cha kuogelea

mosquée
msikiti

ferme

shamba

pollution

uchafuzi

cimetière

makaburini

église

kanisa

aire de jeux

uwanja wa michezo

temple

hekalu

paysage
mazingira

feuille
jani

panneau indicateur
ishara ya mwelekeo

chemin
njia

pré
malisho

pierre
jiwe

randonneur
mtembeaji wa masafa

arbre
mti

rivière
mto

herbe
nyasi

fleur
ua

vallée
bonde

montagne
kilima

lac
ziwa

forêt
msitu

désert
jangwa

volcan
volkano

château
ngome

arc-en-ciel
upinde wa mvua

champignon
uyoga

palmier
mtende

moustique
mbu

mouche
kuruka

fourmis
chungu

abeille
nyuki

araignée
buibui

scarabée

mende

grenouille

chura

écureuil

kuchakuro

hérisson

nungunungu

lapin

sungura

chouette

bundi

oiseau

ndege

cygne

swan

sanglier

nguruwe mwitu

cerf

kulungu

élan

aina ya kongoni

barrage

bwawa

éolienne

tabo ya upepo

panneau solaire

nishaji ya jua

climat

hali ya hewa

serveur
mhudumu

menu
menyu

chaise
kiti

soupe
supu

pizza
piza

services
vilia

nappe
kitambaa cha mezani

hors d'œuvre
kiamsha hamu

plat principal
kozi kuu

dessert
kitindamlo

boissons
vinywaji

alimentation
chakula

bouteille
chupa

fast-food

chakula cha haraka

plats à emporter

Streetfood

théière

buli

sucrier

kisanduku cha sukari

portion

sehemu

machine à expresso

mashine ya espresso

chaise haute

kiti kirefu

facture

muswada

plateau

trei

couteau

kisu

fourchette

uma

cuillère

kijiko

cuillère à thé

kijiko cha chai

serviette

nepi

verre

glasi

assiette

sahani

assiette à soupe

sahani ya supu

soucoupe

sufuria

sauce

mchuzi

salière

kichanyaji chumvi

moulin à poivre

kinu cha pilipili

vinaigre

siki

huile

mafuta

épices

viungo

ketchup

kechapu

moutarde

haradali

mayonnaise

kachumbari nzito

offre promotionnelle
ofa maalum

client
mteja

produits laitiers
maziwa

fruits
matunda

caddie
toroli

boucherie

mchinjaji

boulangerie

mwokaji

peser

uzito

légumes

mboga

viande

nyama

aliments surgelés

chakula waliohifadhiwa

charcuterie

vipande vya nyama baridi

conserves

chakula cha kopo

poudre à lessive

sabuni ya unga

bonbons

pipi

articménagers

bidhaa za kaya

détergents

bidhaa za kusafisha

vendeuse

mtu mauzo

caisse

mpaka

caissier

keshia

liste d'achats

orodha ya manunuzi

heures d'ouverture

masaa ya ufunguzi

portefeuille

mkoba

carte de crédit

kadi

sac

mfuko

sac en plastique

mfuko wa plastiki

eau

maji

jus de fruit

sharubati

lait

maziwa

coca

coke

vin

mvinyo

bière

bia

alcool

pombe

chocolat chaud

kakao

thé

chai

café

kahawa

expresso

spreso

cappuccino

kapuchino

banane

ndizi

pomme

tufaha

orange

machungwa

melon

tikiti

citron

lemon

carotte

karoti

ail

kitunguu saumu

bambou

mianzi

oignon

kitunguu

champignon

uyoga

noisettes

karanga

pâtes

nudo

spaghettis

spageti

riz

mpunga

salade

saladi

frites

vibanzi

pommes de terre rôties

viazi vya kukaanga

pizza

piza

hamburger

hambaga

sandwich

sandwichi

escalope

kipande

jambon

paja la mnyama

salami

salami

saucisse

soseji

poulet

kuku

rôti

choma

poisson

samaki

flocons d'avoine

oats ya uji

muesli

muesli

cornflakes

cornflakes

farine

unga

croissant

kroisanti

petits-pains

andazi

pain

mkate

pain grillé

mkate wa kubanika

biscuits

biskuti

beurre

siagi

fromage blanc

maziwa mgando

gâteau

keki

œuf

yai

œuf au plat

yai kukaanga

fromage

jibini

glace

aiskrimu

sucre

sukari

miel

asali

confiture

jemu

crème nougat

kuenea kwa chokoleti

curry

mchuzi wa viungo

ferme
nyumba ya kilimo

grange
ghalani

botte de paille
majani bale

champ
uwanja

cheval
farasi

remorque
trela

poulain
mtoto

tracteur
trekta

âne
punda

mouton
kondoo

agneau
mwanakondoo

chèvre

mbuzi

vache

ng'ombe

veau

ndama

porc

nguruwe

porcelet

mwananguruwe

taureau

fahali

oie
batabukini

canard
bata

poussin
kifaranga

poule
kuku

coq
jogoo

rat
panya

chat
paka

souris
panya

bœuf
ng'ombe

chien
mbwa

chenil
nyumba ya mbwa

tuyau de jardin
bomba la bustani

arrosoir
debe la kumwagilia maji

faucheuse
fyekeo

charrue
kulima

faucille

mundu

pioche

jembe

fourche

uma wa nyasi

hache

shoka

brouette

toroli

cuve

kupitia nyimbo

pot à lait

chombo cha maziwa

sac

gunia

clôture

ua

étable

imara

serre

chafu

sol

udongo

semences

mbegu

engrais

mbolea

moissonneuse-batteuse

kivunaji

récolter

mavuno

récolte

mavuno

igname

viazi vikuu

blé

ngano

soja

soya

pomme de terre

viazi

maïs

mahindi

colza

rapa

arbre fruitier

mti wa matunda

manioc

muhogo

céréales

nafaka

cheminée
chimni

toit
paa

gouttière
bomba la maji ya mvua

fenêtre
dirisha

garage
gareji

sonnette
kengele ya mlangoni

porte
mlango

poubelle
pipa la taka

boîte aux lettres
sanduku la barua

jardin
bustani

salon

sebuleni

chambre de bain

bafu

cuisine

jikoni

chambre à coucher

chumba cha kulala

chambre d'enfant

chumba ya mtoto

salle à manger

chumba cha kulia

sol

sakafu

mur

ukuta

plafond

dari

cave

pishi

sauna

sauna

balcon

roshani

terrasse

mtaro

piscine

kidimbwi

tondeuse à gazon

mashine ya kukata nyasi

fourre de duvet

karatasi

couette

kitambaa cha kupamba
kitanda

lit

kitanda

balai

ufagio

sceau

ndoo

interrupteur

kubadili

papier peint
mandhari

image
picha

lampe
taa

étagère
rafu

armoire
kabati

cheminée
mekoni

télé
televisheni/runinga

fleur
ua

coussin
mto

canapé
sofa

vase
chombo cha maua

télécommande
kitenzambali

tapis
zulia

rideau
pazia

table
meza

chaise
kiti

chaise à bascule
kiti cha bembea

fauteuil
armchair

livre

kitabu

couverture

blanketi

décoration

mapambo

bois de chauffage

kuni

film

filamu

chaîne hi-fi

kifaa cha hi-fi

clé

ufunguo

journal

gazeti

peinture

uchoraji

poster

bango

radio

redio

bloc-notes

daftari

aspirateur

kifyonza

cactus

dungusi kakati

bougie

mshumaa

frigo
jokofu

four à micro-ondes
kikanza

balance de cuisine
wadogo jikoni

toasteur
kibaniko

détergent
sabuni

four
stovu

compartiment congélateur
friza

poubelle
pipa la taka

lave-vaisselle
mashine ya kuoshea vyombo

four

jiko la kupika

casserole

chungu

marmite

sufuria ya chuma

wok/kadai

wok / kadai

poêle

kaango

bouilloire électrique

birika

cuiseur vapeur

stima

plaque de cuisson

sinia ya kuoka

vaisselle

vyombo vya udongo

gobelet

kombe

bol

bakuli

baguettes

vijiti vya kulia

louche

ukawa

spatule

mwiko mpana

fouet

burashi

passoire

kichujio

tamis

chujio

râpe

mbuzi

mortier

chokaa

barbecue

barbeque

cheminée

moto wazi

planche à découper

ubao wa majaribio

rouleau à pâtisserie

kijiti cha kusukuma unga

tire-bouchon

kizibuo

boîte

kopo

ouvre-boîte

inaweza kopo

maniques

kishikio cha chungu

lavabo

karo

brosse

brashi

éponge

sifongo

mixeur

kisagaji matunda

congélateur

friji ya kina

biberon

chupa ya mtoto

robinet

bomba

chauffage
joto

douche
mfereji wa kuogea

serviette
taulo

rideau de douche
pazia la kuogea

bain moussant
maji ya kuoga yenye povu

baignoire
hodhi

verre
glasi

machine à laver
mashine ya kuosha

carrelage
vigae

robinet
bomba

pot
poti

lavabo
karo

toilettes

choo

toilette à turque

choo cha squat

bidet

beseni la mviringo

urinoir

choo cha umma

papier toilette

shashi

brosse à toilette

brashi ya choo

brosse à dents

mswaki

dentifrice

dawa ya meno

fil dentaire

dawa ya meno

laver

safisha

douche manuelle

kuoga mkono

douche intime

msukumo wa maji

vasque

bonde

brosse dorsale

mpako wa pili

savon

sabuni

gel douche

jeli ya kuogea

shampooing

shampuu

gant de toilette

flana

écoulement

toa maji

crème

krimu

déodorant

kiondoa harufu

miroir

kioo

miroir cosmétique

kioo mkono

rasoir

kinyozi

mousse à raser

povu la kunyoa

après-rasage

baada ya kunyoa

peigne

kichana

brosse

brashi

sèche-cheveux

kikausha nywele

laque pour cheveux

marashi ya nyewele

fond de teint

vipodozi

rouge à lèvres

kidomwa

vernis à ongles

varnish ya msumari

ouate

pamba

coupe-ongles

mkasi wa kucha

parfum

manukato

trousse de toilette

mkoba wa kuosha

tabouret

kinyesi

balance

mizani

peignoir

nguo ya kuoga

gants de nettoyage

glavu za mpira

tampon

kisodo

serviettes hygiéniques

sodo

toilette chimique

kemikali choo

réveil
saa ya kengele

doudou
kidoli cha kupakata

voiture jouet
gari bandia

hochet
kelele

maison de poupée
chumba cha midoli

cadeau
sasa

ballon

baluni

lit

kitanda

poussette

mashua

jeu de cartes

staha ya kadi

puzzle

mchezo-fumb

bande dessinée

vichekesho

pièces lego

matofali lego

blocs de construction

vitalu mwigo

figurine

hatua takwimu

grenouillère

suti ya kulalia

frisbee

kisahani

mobile

simu

jeu de société

ubao wa michezo

dé

kete

train miniature

garimoshi mwigo

sucette

dummy

fête

chama

livre d'images

picha kitabu

balle

mpira

poupée

kikaragosi

jouer

kucheza

bac à sable

shimo la mchanga

balançoire

bembea

jouets

vitu bandia

console de jeu

kiweko cha video ya mchezo

tricycle

baiskeli ya magurudumu

ours en peluche

mwanasesere

armoire

kabati

matatu

vêtements

nguo

chaussettes

soksi

bas

stokingi

collant

kibano

écharpe
skafu

parapluie
mwavuli

t-shirt
fulana

ceinture
ukanda

bottes
viatu

pantoufles
ndara

baskets
wakufunzi

sandales
malapa

chaussures
viatu

bottes de caoutchouc
mabuti ya mpira

linge de corps
suruali ya ndani

soutien-gorge
sidiria

maillot de corps
fulana

body

mwili

pantalon

suruali

jean

dangirizi

jupe

sketi

chemisier

blauzi

chemise

shati

pull

vuta

pull-over à capuche

sweta

veste

bleza

veste

jaketi

manteau

koti

imperméable

koti la mvua

costume

maleba

robe

gauni

robe de mariée

mavazi ya harusi

costume

suti

chemise de nuit

vazi la usiku

pyjama

pajama

sari

sari

foulard

skafu

turban

kilemba

burqa

burka

caftan

kaftan

abaya

abaya

maillot de bain

vazi la kuogelea

costume de bain

vazi la kiume la kuogelea

cuissettes

kaptura

tenue d'entraînement

teitei

tablier

aproni

gants

glavu

bouton

kifungo

lunettes

glasi

bracelet

bangili

collier

mkufu

bague

pete

boucle d'oreille

herini

bonnet

kofia

cintre

kiango cha koti

chapeau

kofia

cravate

tai

fermeture éclair

zipu

casque

kofia

bretelles

kanda za suruali

uniforme scolaire

sare za shule

uniforme

sare

bavoir

bibu

sucette

dummy

couche

nepi

bureau
ofisi

serveur
seva

armoire d'archivage
kabati la kuweka faili

imprimante
kichapishaji

écran
kiwambo

papier
karatasi

bureau
dawati

souris
kipanya

classeur
folda

clavier
kibodi

eille à papier
ou cha kuweka karatasi chafu

chaise
kiti

ordinateur
kompyuta

tasse à café

kmobe la kahawa

calculatrice

kikokotoo

internet

biashara

ordinateur portable

mbali

lettre

barua

message

ujumbe

portable

rununu

réseau

intaneti

photocopieuse

fotokopia

logiciel

programu

téléphone

simu

prise

soketi

fax

kipepesi

formulaire

fomu

document

hati

acheter

kununua

payer

kulipa

marchander

biashara

monnaie

fedha

dollar

dola

euro

yuro

yen

yeni

rouble

rouble

franc suisse

faranga ya Uswisi

renminbi yuan

renminbi yuan

roupie

rupia

distributeur automatique

eneo la kulipia

bureau de change
ofisi ya ubadilishanaji

or
dhahabu

argent
fedha

pétrole
mafuta

énergie
nishati

prix
bei

contrat
mkataba

taxe
kodi

action
bidhaa

travailler
kazi

employé
mfanyakazi

employeur
mwajiri

usine
kiwanda

magasin
duka

agent de police
afisa wa polisi

pompier
mzimamoto

cuisinier
mpishi

médecin
daktari

pilote
rubani

jardinier

mtunza bustani

menuisier

seremala

couturière

mshonaji

juge

hakimu

chimiste

mwanakemia

acteur

muigizaji

conducteur de bus

dereva wa basi

chauffeur de taxi

dereva wa teksi

pêcheur

mvuvi

femme de ménage

mwanamke wa kusafisha

couvreur

mwezekaji

serveur

mhudumu

chasseur

mwindaji

peintre

mchoraji

boulanger

mwokaji

électricien

umeme

ouvrier

mjenzi

ingénieur

mhandisi

boucher

mchinjaji

plombier

fundi bomba

facteur

mwanaposta

soldat

mwanajeshi

architecte

msanifu majengo

caissier

keshia

fleuriste

muuza maua

coiffeur

msusi

contrôleur

kondakta

mécanicien

mekanika

capitaine

nahodha

dentiste

daktari wa meno

scientifique

mwanasayansi

rabbin

rabbi

imam

imamu

moine

mtawa

prêtre

kasisi

marteau
nyundo

pinces
koleo

tournevis
bisibisi

clé
spana

torche
kurunzi

pelleteuse

mchimbaji

boîte à outils

sanduku la vifaa

échelle

ngazi

scie

msumeno

clous

misumari

perceuse

kuchimba visima

réparer

kukarabati

pelle

sepetu

Mince!

Lo!

pelle

kishikio cha uchafu

pot de peinture

chungu cha rangi

vis

skurubu

instruments de musique
ala za muziki

haut-parleur
spika

batterie
mpangilio wa ngoma

guitare
gita

contrebasse
besi mara mbili

trompette
tarumbeta

piano

piano

violon

fidla

basse

ubeji

timbales

timpani

tambour

ngoma

piano électrique

kibodi

saxophone

saksafoni

flûte

filimbi

microphone

maikrofoni

entrée
lango la kuingia

tigre
simbamarara

cage
ngome

zèbre
pundamilia

alimentation animale
chakula cha mifugo

panda
panda

animaux

wanyama

éléphant

tembo

kangourou

kangaruu

rhinocéros

kifaru

gorille

sokwe

ours

dubu

chameau

ngamia

autruche

mbuni

lion

simba

singe

tumbili

flamand rose

heroe

perroquet

kasuku

ours polaire

dubu

pingouin

penguini

requin

papa

paon

tausi

serpent

nyoka

crocodile

mamba

gardien de zoo

mtunza wanyama

phoque

muhuri

jaguar

jaguar

poney

mwanafarasi

léopard

chui

hippopotame

kiboko

girafe

twiga

aigle

tai

sanglier

nguruwe mwitu

poisson

samaki

tortue

kobe

morse

sili

renard

mbweha

gazelle

paa

american Football
soka ya marekani

cyclisme
uendeshaji baiskeli

tennis
tenisi

basket-ball
mpira wa kikapu

natation
kuogelea

boxe
ndondi

hockey sur glace
magongo ya barafuni

football
soka

badminton
vinyoya

athlétisme
riadha

handball
mpira wa mikono

ski
skii

polo
polo

sauter
kuruka

embrasser
kumbatia

rire
cheka

marcher
kutembea

chanter
kuimba

prier
kuomba

faire la bise
busu

rêver
ota ndoto

écrire
kuandika

dessiner
kuteka

montrer
angalia

pousser
sukuma

donner
kutoa

prendre
kuchukua

avoir

kuwa

faire

fanya

être

kuwa

être debout

kusimama

courir

kukimbia

trier

vuta

jeter

kutupa

tomber

kuanguka

être couché

hadaa

attendre

kusubiri

porter

kubeba

être assis

kukaa

s'habiller

vaa nguo

dormir

usingizi

se réveiller

kuamka

regarder

kuangalia

pleurer

lia

caresser

kiharusi

peigner

chana nywele

parler

ongea

comprendre

kuelewa

demander

kuuliza

écouter

kusikiliza

boire

kunywa

manger

kula

ranger

nadhifisha

aimer

upendo

cuire

mpishi

conduire

gari

voler

kuruka

faire de la voile

meli

calculer

kokotoa

lire

kusoma

apprendre

kujifunza

travailler

kazi

se marier

kuoa

coudre

kushona

se brosser les dents

piga mswaki

tuer

kuua

fumer

moshi

envoyer

kutuma

grand-mère
bibi

grand-père
babu

père
baba

mère
mama

bébé
mtoto

fille
binti

fils
bin

hôte

mgeni

tante

shangazi

oncle

mjomba

frère

kaka

sœur

dada

front
paji la uso

œil
jicho

épaule
bega

doigt
kidole

visage
uso

menton
kidevu

main
mkono

poitrine
matiti

jambe
mguu

bras
mkono

bébé

mtoto

homme

mwanamume

femme

mwanamke

fille

msichana

garçon

mvulana

tête

kichwa

dos

nyuma

ventre

tumbo

nombril

kitovu

orteil

chano

talon

kisigino

os

mfupa

hanche

nyonga

genou

goti

coude

kiwiko

nez

pua

fesses

chini

peau

ngozi

joue

shavu

oreille

sikio

lèvre

mdomo

bouche

kinywa

dent

jino

langue

ulimi

cerveau

ubongo

cœur

moyo

muscle

misuli

poumons

pafu

foie

ini

estomac

tumbo

reins

figo

rapport sexuel

jinsia

préservatif

kondomu

ovule

ovari

sperme

shahawa

grossesse

mimba

menstruation

hedhi

vagin

uke

pénis

uume

sourcil

unyusi

cheveux

nywele

cou

shingo

hôpital
hospitali

ambulance
gari la wagonjwa

fauteuil roulant
kiti cha magurudumu

fracture
jeraha

médecin

daktari

service des urgences

chumba cha dharura

infirmière

muuguzi

urgence

dharura

inconscient

kupoteza fahamu

douleur

maumivu

blessure

kuumia

hémorragie

kutokwa na damu

crise cardiaque

mshtuko wa moyo

attaque cérébrale

kiharusi

allergie

mzio

toux

kikohozi

fièvre

homa

grippe

mafua

diarrhée

kuharisha

mal de tête

maumivu ya kichwa

cancer

kansa

diabète

ugonjwa wa kisukari

chirurgien

daktari mpasuaji

scalpel

kisu kidogo cha kupasulia

opération

operesheni

CT

picha changanufu ya mwili

radiographie

Eksrei

échographie

mawimbi sauti

masque

barakoa ya uso

maladie

ugonjwa

salle d'attente

chumba cha kusubiri

béquille

mkongojo

pansement

plasta

pansement

bendeji

injection

sindano

stéthoscope

stetoskopu

brancard

machela

thermomètre

kipimajoto cha kliniki

accouchement

kuzaliwa

surpoids

unene kupita kiasi

appareil auditif

kusikia misaada

désinfectant

kipukusi

infection

maambukizi

virus

virusi

VIH / sida

VVU / UKIMWI

médicament

dawa

vaccination

chanjo

tablettes

vidonge

pilule

kidonge

appel d'urgence

simu ya dharura

tensiomètre

haemodainamometa

malade / sain

mgonjwa / mwenye afya

Au secours!

Msaada!

alarme

kengele

agression

pigo

attaque

shambulizi

danger

hatari

sortie de secours

lango la dharura

Au feu!

Moto!

extincteur

kizima moto

accident

ajali

trousse de premier secours

vifaa vya huduma ya kwanza

SOS

wito wa msaada

police

polisi

Europe

Ulaya

Amérique du Nord

Amerika ya Kaskazini

Amérique du Sud

Amerika ya Kusini

Afrique

Afrika

Asie

Asia

Australie

Australia

Océan atlantique

Atlantiki

Océan pacifique

Pasifiki

Océan indien

Bahari ya Hindi

Océan antarctique

Bahari ya Antaktiki

Océan arctique

Bahari ya Aktiki

Pônord

Ncha ya Kaskazini

Pôsud

Ncha ya Kusini

Antarctique

Antaktika

terre

dunia

pays

nchi

mer

bahari

île

kisiwa

nation

taifa

état

jimbo

cadran

uso wa saa

aiguille des heures

akrabu ya saa

aiguille des minutes

akrabu ya dakika

aiguille des secondes

akrabu ya sekunde

Quelle heure est-il?

Ni saa ngapi?

jour

siku

temps

wakati

maintenant

sasa

montre digitale

saa ya dijitali

minute

dakika

heure

saa

lundi
Jumatatu

mercredi
Jumatano

vendredi
Ijumaa

mardi
Jumanne

samedi
Jumamosi

jeudi
Alhamisi

dimanche
Jumapili

hier
jana

aujourd'hui
leo

demain
kesho

matin
asubuhi

midi
saa sita mchana

soir
jioni

jours ouvrables
siku za biashara

week-end
mwishoni mwa wiki

pluie
mvua

arc-en-ciel
upinde wa mvua

vent
upepo

neige
theluji

printemps
majira ya machipuko

été
kiangazi

automne
vuli

hiver
majira ya baridi

4.APRIL	11°	☀
5.APRIL	4°	☁
6.APRIL	13°	☂
7.APRIL	8°	❄
8.APRIL	10°	☀

météo

utabiri wa hali ya hewa

thermomètre

kipimajoto

lumière du soleil

mwanga wa jua

nuage

wingu

brouillard

ukungu

humidité

unyevu

foudre
umeme

tonnerre
radi

tempête
dhoruba

grêle
mvua ya mawe

mousson
monsuni

inondation
mafuriko

glace
barafu

janvier
Januari

février
Februari

mars
Machi

avril
Aprili

mai
Mei

juin
Juni

juillet
Julai

août
Agosti

septembre

Septemba

octobre

Oktoba

novembre

Novemba

décembre

Desemba

formes

maumbo

cercle

mduara

carré

mraba

rectangle

mstatili

triangle

pembetatu

sphère

nyanja

cube

mchemraba

blanc

nyeupe

jaune

manjano

orange

chungwa

rose

rangi ya waridi

rouge

nyekundu

violet

hudhurungi

bleu

bluu

vert

kijani

marron

hanja

gris

jivujivu

noir

nyeusi

beaucoup / peu

mengi / kidogo

fâché / calme

hasira / pole

joli / laid

nzuri / mbaya

début / fin

mwanzo / mwisho

grand / petit

kubwa / ndogo

clair / obscure

angavu / giza

frère / sœur

kaka / dada

propre / sale

safi / chafu

complet / incomplet

kamilika / tokamilika

jour / nuit

siku / usiku

mort / vivant

wafu / hai

large / étroit

pana / nyembamba

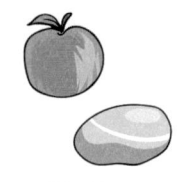

comestible / incomestible

kulika / kutolika

méchant / gentil

ovu / ema

excité / ennuyé

sisimkwa / udhika

gros / mince

nene / nyembamba

premier / dernier

kwanza / mwisho

ami / ennemi

rafiki / adui

plein / vide

jaa / tupu

dur / souple

ngumu / laini

lourd / léger

nzito / nyepesi

faim / soif

njaa / kiu

malade / sain

mgonjwa / mwenye afya

illégal / légal

haramu / kisheria

intelligent / stupide

akili / kijinga

gauche / droite

kushoto / kulia

proche / loin

karibu / mbali

nouveau / usé

mpya / kutumika

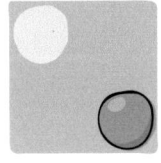

rien / quelque chose

kitu / jambo

vieux / jeune

zee / changa

marche / arrêt

waka / zima

ouvert / fermé

wazi / fungwa

faible / fort

utulivu / kelele

riche / pauvre

tajiri / masikini

correct / incorrect

sahihi / kosa

rugueux / lisse

mbaya / laini

triste / heureux

huzunika / furahia

court / long

fupi /ndefu

lent / rapide

polepole / haraka

mouillé / sec

nyevu / kavu

chaud / froid

joto / baridi

guerre / paix

vita / amani

0

zéro

sufuri

1

un

moja

2

deux

mbili

3

trois

tatu

4

quatre

nne

5

cinq

tano

6

six

sita

7

sept

saba

8

huit

nane

9

neuf

tisa

10

dix

kumi

11

onze

kumi na moja

12

douze

kumi na mbili

13

treize

kumi na tatu

14

quatorze

kumi na nne

15

quinze

kumi na tano

16

seize

kumi na sita

17

dix-sept

kumi na saba

18

dix-huit

kumi na nane

19

dix-neuf

kumi na tisa

20

vingt

ishirini

100

cent

mia

1.000

mille

elfu

1.000.000

million

milioni

anglais

Kiingereza

anglais américain

Kiingereza cha Marekani

chinois mandarin

Kimandarini cha Uchina

hindi

Kihindi

espagnol

Kihispania

français

Kifaransa

arabe

Kiarabu

russe

Kirusi

portugais

Kireno

bengali

Kibengali

allemand

Kijerumani

japonais

Kijapani

je

mimi

tu

wewe

il / elle

yeye / yeye / ni

nous

sisi

vous

wewe

ils / elles

wao

qui?

nani?

quoi?

nini?

comment?

jinsi gani?

où?

wapi?

quand?

lini?

nom

jina

derrière

nyuma

dans

katika

devant

mbele ya

au-dessus

juu ya

sur

kwenye

en-dessous

chini ya

à côté de

kando

entre

kati

lieu

mahali